Making out in Tagalog

by Renato Perdon

TUTTLE PUBLISHING
Boston • Rutland, Vermont • Tokyo

Published by Tuttle Publishing, an imprint of Periplus Editions (HK) Ltd., with editorial offices at 364 Innovation Drive, North Clarendon, VT 05759 U.S.A. and 61 Tai Seng Avenue #02-12, Singapore 534167.

ISBN 978-0-8048-3693-7

Previously published in 2003 as *Making Out in Filipino*
ISBN 978-0-8048-3373-8
LCC Card No.: 2003111317

Printed in Singapore

Distributed by:

North America, Latin America & Europe
Tuttle Publishing
364 Innovation Drive
North Clarendon, VT 05759-9436, U.S.A.
Tel: 1 (802) 773 8930
Fax: 1 (802) 773 6993
Email: info@tuttlepublishing.com
www.tuttlepublishing.com

Japan
Tuttle Publishing
Yaekari Building 3F
5-4-12 Osaki, Shinagawa-ku
Tokyo 141-0032, Japan
Tel: (81) 3 5437 0171
Fax: (81) 3 5437 0755
Email: tuttle-sales@gol.com

Asia-Pacific
Berkeley Books Pte Ltd
61 Tai Seng Avenue #02-12
Singapore 534167
Tel: (65) 6280 1330
Fax: (65) 6280 6290
Email: inquiries@periplus.com.sg
www.periplus.com

14 13 12 11 10   10 9 8 7 6

Contents

Introduction

Making Out in Tagalog is your passport to the living, breathing, colorful language spoken on the streets of the Philippines. It is the first book to give you access to the casual, unbuttoned Tagalog that will allow you to express yourself in restaurants, bars, and nightclubs, in crowded marketplaces, and at train and bus stat-ions. Here you will find the warm-hearted language that you can use with good friends, and also the rough-and-tumble language you can fall back on when you are ready for a fight.

This brand of Tagalog is simple and direct. It is spoken mainly in Metro Manila, large cities and provincial capitals, but can be understood anywhere in the Philippines. It has shed the complex grammatical twists and turns of the highly formal language that textbooks and language courses strive so hard to teach.

Making Out in Tagalog will be a useful companion throughout the Philippines—even when traveling in remote barrios or outbacks. So you want to meet people, make friends, eat out, go dancing, or just engage in friendly chitchat? A quick glance at *Making Out in Tagalog* and you'll have the language at your fingertips.

Information

If you have spent many years grappling with the complicated grammatical structures of French, German, Italian or Spanish, you will find Tagalog, especially the informal version in this book, a joy.

The easy-going language spoken today on the streets of the Philippines evolved from Tagalog, one of the many local languages in the country that developed over the centuries as traders from hundred of ethnic groups mixed and mingled from all parts of the world. From as early as the 12th century, Chinese and Arab traders flooded the language with their own vocabularies, as did the neighboring islands of Indonesia and mainland Asia, and later the Spanish and the Americans. For the next 300 years after the Spanish colonization of the islands in 1571, the Philippines became a melting pot where the east met the west. The Philippines, particularly in its economy, society and culture, was forever changed. The west and its people brought with them distinctly new ways of living, believing, creating and relating to others that eventually enriched the spoken language. Intramuros, the Walled City of Manila, became an international port of call competing with Batavia, now Jakarta. Foreign consular offices of the Netherlands, Great Britain, Germany, France, Russia and the USA in Manila were active in the promotion of their respective commercial interests.

The almost 50 years of American occupation from 1898 onwards added to the western outlook of the Filipinos in dealing with one another, and particularly with the outside world. Today's Tagalog slang has kept much of the directness of the old street lingo:

Kumain ka na ba?　　　　　　　Have you eaten?
(You already eat?)

Hindi pa.　　　　　　　　　　　I haven't eaten yet.
(Not yet eat.)

Gusto mo bang kumain?　　　　　Do you want to eat?
(Want eat?)

Oo, tayo na!   Yes, let's go!
(Yes, c'mon go!)

Kakain ba tayo sa restoran?   Shall we eat at the restaurant?
(We go to restaurant?)

Hindi doon, pumunta tayo   Not there, we went there
   roon kahapon!   yesterday!
(No, go yesterday!)

Pronunciation

Filipino is the national language of the Philippines and is based on Tagalog, one of the major languages of the country. Don't be fazed when you make an error in your communication with native speakers—you will learn a lot from the interactions anyway. Practice in proper pronunciation is a big help.

The Filipino alphabet, adopted in 1987, consists of 28 letters. It is the same as the English alphabet except for two additional letters: *ñ*, *ng*.

As you learn the appropriate pronunciation, speaking in Tagalog will not be difficult. Anyone with a basic knowledge of English and Spanish pronunciation will easily become familiar with the standard pronunciation of Tagalog words.

The imitated pronunciation should be read as if it were English (except *ñ* which came from the Spanish language), and bearing in mind the following main points:

Consonants

  b as in *bat*   *b*aboy (pig)
  c as in *census* (also spelled *s*)   *c*inag/*s*inag (ray)

d as in *day* — *d*inig (heard)

f as in *food* — *F*ilipino (Filipino)

g as in *give* — *g*amot (medicine)

h as in *hit* — *h*igop (gulp)

j as in *jeep* — *dy*ambori (jamboree)
(this occurs only in
borrowed words, and is
often changed to *dy* or to *h*
when followed by *e* or *o*)

k as in *king* — *k*amera (camera)

l as in *level* — *l*ason (poison)

m as in *mature* — *m*ata (eyes)

n as in *nut* — a*s*in (salt)

ñ as in onion or Spanish — Se*ñ*or/Sen*y*or (Mister)
ma*ñ*ana "tomorrow"

ng as in *sing* — *ng*ipin (teeth)
(but may come at the
beginning or words)

p as in *patriot* — *p*era (money)

q as in *question* — *kw*alipikasyon (qualification)
(this occurs only in
borrowed words, and is
usually changed to *k*)

r as in *rat* — *r*adyo (radio)

s as in *start* — *s*ilya (chair)

t as in *time* — *t*asa (cup)

v as in *veto* — *b*arnis (varnish)
(this occurs only in
borrowed words, and is
often changed to *b*)

w as in *way* — *w*ika (language)

x as in *sexy* — e*ks*tra (extra)
(this occurs only in
borrowed words and is
usually changed to *ks*)

y as in *yard* — *y*ate (yacht)

z as in *zinc* (this occurs only in borrowed words, and is often changed to **s**)	**s**oo (zoo)

Vowels

a as in *father*	s**a**bon (soap)
e as in *way*	**e**dad (age)
i as in *meet*	**i**stakada (stockade)
o as in *note*	l**o**ka (mad)
u as in *boot*	l**u**hod (kneel)

Vowel Combinations

The combinations *ia* / *ie* / *io* and *ua* / *ue* / *ui* occur only in borrowed words, and are usually changed to *(i)ya* / *(i)ye* / *(i)yo* and *(u)wa* / *(u)we* / *(u)wi*, e.g. *piyano* "piano," *pye* "pie," *byolin* "violin," *kwalipikasyon* "qualification," *kuwestion* "question," *intuwisyon* "intuition."

Stressing of Words

Correct pronunciation of Tagalog words depends on the stress, which is normally on the syllable before the last (called the penultimate stress) and unmarked, as in *buhay* "life;" but sometimes on the last syllable (known as the acute stress), which is marked by an accent, as in *buháy* "alive."

A number of words have a written grave accent on the last syllable to indicate that the final vowel has a glottal stop, e.g. *batà* "boy," *binatà* "single male," *labì* "lips."

Basic Grammar

As in English, each sentence in Tagalog consists of a topic (what the sentence is about) and a comment (what is said about it). Unlike English, the common practice is to have the comment come before the topic, for example *Tumakbo* (comment) *si Juan* (topic) = "*John* (topic) *ran* (comment)." This is possibly the most striking difference between Tagalog and English, and takes a bit of getting used to.

Sentences do sometimes use the same order as English, and in this case the topic is connected to the comment by the particle *ay*, e.g. *Si Juan* (topic) *ay* (particle) *tumakbo* (comment).

Tagalog nouns do not show the difference between singular and plural by altering the form of the word, as English does by adding "s" to the end of most nouns. Instead the word *mga* is used before the noun, e.g. *mga aklat* "books," *mga bata* "children."

The word *ang* corresponds to the English definite and indefinite articles "the," "a," and "an," e.g. *ang bata* "the child."

There is also a set of markers that are used in front of nouns (including the names of people) to indicate their function in the sentence, such as whether they are the subject performing the action or the object of an action.

For example, with a person's name, *si* is used to indicate that they are the subject, e.g. *Tumakbo si Juan* "John ran," *Nakita ko si Juan* "John was seen by me," i.e. "I saw John," whereas *ni* indicates possession, e.g. *Mga anak ni Juan ay mabait* "John's children are good." With other nouns, *ang* indicates the subject, e.g. *Ang balaraw ay matulis* "The dagger is sharp," whereas *ng* indicates a direct object or possession, e.g. *Kumain ako ng isda* "I ate a fish;" *Ang baro ng babae ay bago* "The woman's dress is new."

Tagalog pronouns are as follows in the subject case:

I	*ako*
We (including the person addressed)	*tayo*
We (excluding the person addressed)	*kami*

You (singular informal)	*ikaw*
You (polite or plural)	*kayo*
He/she	*siya*
They	*sila*

Tagalog does not have verbs that equate with most uses of English "to be" or "to have." Instead the particle *ay* (which does not change in form) is used where English uses "is," "are," "was," "were," etc, e.g. *Ang balaraw ay matulis* "The dagger is sharp;" *Ang mga bata ay mabait* "The children are good;" *Ang baro ay mura* "The dress was cheap."

The word *may* (or sometimes *mayroon*) is used in sentences where English generally uses the verb "to have" or the phrase "there is," e.g. *May marunong na anak si Maria* "Maria has a talented child;" *May bagong baro ka ba?* "Do you have a new dress?;" *May tao sa labas ng pinto* "There's someone outside the door."

Tagalog verbs do not vary in form according to who or what is performing the action, but they do change quite dramatically to indicate present, past or future tenses. These changes occur not at the end of the word as in most European languages, but at the beginning or even in the middle, by means of a complex system of prefixes, repeated syllables, and syllables inserted in the middle of the base from.

Fortunately it is easy to make requests in Tagalog. The base form of the verb is used as a command, and the addition of the particle *nga* turns it into a polite request, e.g. *Hintay ka nga* "Please wait." Negative commands and request are expressed with the word *huwag*, e.g. *Huwag maingay* "Please do not disturb;" *Huwag hawakan* "Please do not touch."

To ask questions, use the particle *ba*, e.g. *Nagsasalita ba kayo ng ingles?* "Do you speak English?;" *Maaari ba akong manigarilyo dito?* "Can I smoke here?;" *Mayroon ba kayong…?* "Do you have…?."

To make a sentence negative, use the word *hindi*, e.g. *Hindi ako naninigarilyo* "I don't smoke;" *Hindi maganda ito* "This is no good." To express the negative of a sentence with *may(roon)* or as an answer to a question, use *wala*, e.g. *Wala kami nito* "We didn't have this;" *Ang isda ay wala sa kuwenta* "The fish is not on the check;" *Wala akong gana* "I don't feel like it."

The most common Tagalog preposition is the virtually all-purpose *sa*, which is used as an equivalent of English "in," "on," "at," etc., e.g. *sa Enero* "in January;" *sa gabi* "at night," *sa kanto* "at the corner," *sa kuwenta* "on the check."

Borrowings

The Tagalog language is full of loanwords, the majority of them from Spanish and English. Because of this and the official national language policy on loanwords (which allows for the use of foreign words in the Tagalog language), there is a tendency among Filipinos, particularly in Manila, to speak in the slang language commonly known as *Taglish* (Tagalog + English) or *Engalog* (English + Tagalog). The principal components of this method of speaking are the corrupted words and phrases from the principal dialects and foreign languages:

Jealous na jealous sa akin iyan pero, no reason naman. I don't even look at her boyfriend dahil sa alam ko masyadong possessive siya. Sobrang pagka-possessive talaga. Nayayamot na ako.
This example expresses the sentiment of a young lady who is complaining about the jealous antics of a friend and proclaiming herself fed up.

Hoy, lumayas kayo riyan! Baka ireport ko kayo sa pulis, nakita ninyo! May sariling backyard naman kayo, doon kayo magsabroso-sabroso at huwag ninyong guluhin kami rito! Anong klaseng neighbors ba kayo?

This example uses a mixture of English, Tagalog and Spanish words to express a tirade-cum-warning from the speaker to young lovebirds using her backyard.

What's Up? 1

Hello!

Halo!

How are you?

Kumusta ka?

I'm fine.

Mabuti.

Okay, I guess.

Mabuti, sa palagay ko.

So-so/All right.

Okey lang.

Literally, this means "All right." *Okey lang ba?* is "Is it all right?"

Not very well.

Masama ang pakiramdam.

Not bad.

Hindi masama.

Things are busy.

Mabilis ang lahat.

Things are hard.

Mahirap ang buhay.

How have you been?

Kumusta ang buhay?

I've been fine, thank you.   Mabuti, salamat.

What's new?   Ang ang bago?
Ano ang atin?

Ano ang bago? (literally, "What's new?") and its more casual version *Ano ang atin?* can be used to cover all kinds of greetings, such as, "Hi there," "How are you," "How are things," or "How are you doing?" *Mabuti* ("Good") is the answer that covers English expressions like, "Things are fine," "I'm fine," "He's fine" and "She's fine."

Long time no see!   Kumusta, wala ba tayo
diyan.

What have you been   Ano ba ang ginagawa?
doing?

Nothing much.   Kaunti lamang.

I'm pretty busy.   Marami akong ginagawa.

Nothing special.   Hindi espesyal.

Have you been around?   Matagal ka na ba rito?

Filipinos are normally curious when they encounter a friend whom they have not seen for a long time. More personal questions follow an ordinary greeting. One should not be shocked when asked personal questions such as where one is working now and how much one is earning.

Yes, I reside here now.   Dito na ako nakatira.

Where do you live?   Saan ka nakatira?

I haven't seen you   Matagal na kitang hindi
around for a while.   nakikita.

Yes, it's been a long time.   Oo, matagal na nga.

What are you doing here?   Ano ang ginagawa mo rito?

How's Peter/Mary doing?   Kumusta si Peter/Mary?

He's/She's fine.   Siya* ay mabuti.

* *Siya* is the translation of "he/she" unless the speaker specifically uses the name "Peter/Mary." Then the translation will be *Si Peter ay mabuti* or *Si Mary ay mabuti.*

Anything new with Peter/Mary?	Anong balita tungkol kay Peter/Mary?
What's wrong?	Ano ang masama?
What's on your mind?	Ano ang iyong iniisip?
Nothing.	Wala.
I was just thinking.	Nag-iisip lamang ako.
I was just daydreaming.	Nangangarap lamang ako.
It's none of your business!	Wala ka na roon!

Mind your own business!   Huwag kang makialam!

Normally Filipinos will not use this sentence, unless they are very agitated, irritated or angry at the person being addressed. Most Filipinos are very polite; they would use this only in serious or extreme situations.

Leave me alone!	Hayaan mo akong mag-isa!
Get lost!	Alis diyan/Umalis ka riyan!

Go away or I'll scream!　　Alis diyan kung hindi sisigaw
　　　　　　　　　　　　　　　　ako!

Go away!　　　　　　　　　Umalis ka riyan!

Fuck off!　　　　　　　　　Alis!

This is not usually used in light conversation, and is rarely used at all. But Filipinos will use it (the way it is understood in English) in serious or extreme situations to express anger.

Really?　　　　　　　　　Totoo?

Is that so!　　　　　　　　Siyanga ba!

Are you sure?　　　　　　Sigurado ka ba?

Oh yeah?　　　　　　　　A ganoon?

You're lying.　　　　　　　Nagsisinungaling ka.

Don't lie!　　　　　　　　Huwag kang magsinungaling!

Stop lying!　　　　　　　Tumigil ka sa pagsisinungaling!

How come?　　　　　　　Bakit ganoon?

What do you mean?　　　Ano ang ibig mong sabihin?

Is something wrong?	May masama ba?
What's the difference?	Ano ang pagkakaiba?
What?	Ano?
Huh?	Aha?
Are you serious?	Seryoso ka ba?
You don't mean it!	Hindi ganoon ang gusto mong sabihin!
That's impossible!	Imposible iyan!
That's ridiculous!	Katawatawa iyan!
What nonsense!	Kalokohan!
How silly!	Kaululan!
That's too good to be true!	Napakagaling nito na maging totoo!
I don't believe it!	Hindi ako naniniwala!
You're joking!	Nagbibiro ka!
Are you making fun of me?	Pinagtatawanan mo ba ako?
Stop joking!	Tumigil ka sa pagbibiro!
I'm not joking.	Hindi ako nagbibiro.
It's true!	Totoo ito!
You're crazy!	Sira ang ulo mo!

You're being irrational!   May toyo ka sa ulo!

In ordinary conversation, one may refer to someone as *May toyo sa ulo,* which also mean that one is exhibiting demented behavior. *Toyo* is a slang word which means moodiness and the turning of a person's mood from bad to good to naughty. Other words used for varying degrees of craziness include *ulol*, *gago* and *sira ulo*.

That's right!   Totoo iyan!

Absolutely!   Lubusan!

Definitely!   Talaga!

In many cases, the word "Definitely" is translated as *Totoong-totoo* or *Talagang-talaga.*

Of course!   Talaga!

You'd better believe it!   Kailangang paniwalaan mo
                                ito!

No way!   Hindi maaari!

I guess so.   Siguro.

I hope so.   Inaasahan ko.

I hope not.   Hindi ko inaasahan.

It might be true.   Maaaring totoo iyon.

I doubt it.   Hindi ko tiyak.

I don't think so.   Hindi ako naniniwala.

I'm not sure.   Hindi ko tiyak.

There's no way of knowing.   Hindi maaaring malaman.

I can't say for sure.   Hindi ko masasabi nang tiyak.

Also translated as *Hindi ko tiyak* or *Hindi sigurado.*

I wonder...	Nagtataka ako...
Forget it!	Kalimutan mo na iyon!
I've had enough!	Sobra na!
Damn!	Mapahamak sana!

If a Filipino is cursing, he/she customarily uses *Lintik!* or *Letse!*

Bullshit!	Kaululan!
You can't do that.	Hindi mo maaaring gawin iyan.
I don't care.	Wala akong pakialam.
It's got nothing to do with me.	Hindi ako kasangkot diyan.
It means nothing to me.	Walang kahulugan iyan sa akin.
I'm not interested.	Hindi ako interesado.
Sure, if you like.	Oo, kung gusto mo.
Whatever you want.	Kahit ano ang gusto mo.
Anything's fine with me.	Kahit ano mabuti sa akin.
What do you think?	Ano ang palagay mo?
I think so too.	Naisip ko rin.
So am I/Me too.	Ako rin.
I see what you mean.	Alam ko ang gusto mong sabihin.
All right, I understand.	Okey, naiintindihan ko.

All right, no problem.   Okey, walang problema.

Commonly, Filipinos would just say *Okey lang,* even if there was a minor problem.

That was good.   Mahusay iyan.

Great!   Magaling!

Well done!   Napakagaling mo!

Not bad!   Hindi masama!

Wonderful!   Napakagaling!

I like it!   Gusto ko ito!

I did it!   Ako ang may gawa!

No problem!   Walang problema!

It was no problem!   Hindi problema iyon!

But...   Ngunit...

It's risky.   Delikado ito.

Cheer up!   Magsaya ka!

Calm down!	Maging mahinahon ka!
Never mind.	Hindi bale na.
It doesn't matter.	Hindi na kailangan.
Have fun.	Magsaya ka.
Good luck!	Suwertihin ka sana!
Have a good trip!	Masiyahan ka sana sa iyong biyahe.
Thank you, the same to you.	Salamat, ikaw rin.

Basic Phrases

Yes.	Oo.
No.	Hindi.
Okay.	Okey.
What?	Ano?
Who?	Sino?
Who's that?	Sino iyon?
Who is it?	Sino iyan?
Who's there?	Sino ang nandiyan?
Whose?	Kanino?
Where?	Saan?
Where are you going?	Saan ka pupunta?
Where are you from?	Tagasaan ka?
When?	Kailan?
Why?	Bakit?
Why not?	Bakit hindi?
Because...	Dahil sa...

How?	Paano?
Which one?	Alin dito?
Which ones?	Alin sa mga ito?
This.	Ito.
That.	Iyan.
Here.	Dito.
Over here.	Nandito.
There.	Diyan.
Over there.	Nandoon.
Somewhere.	Kung saan.
Nowhere.	Wala kahit saan.
Everywhere.	Saanman.
Maybe.	Marahil.
Maybe not.	Marahil hindi.
I.	Ako.
You.	Ikaw.
He/She.	Siya.
We.	Tayo.
You (plural).	Kayo.
They.	Sila.

Don't.	Huwag.
Please.	Paki lang.
Thank you.	Salamat sa inyo.

In ordinary or informal conversation a speaker will just say *Salamat* or *Okey lang* as a sign of gratefulness for a favor done for him/her. In response to this, as a colloquial way of assuring someone that it is not a big deal, one is bound to say *Wala iyon*, which corresponds to "You're welcome" in English. Often people will just say *T.Y.* as an abbreviation for "Thank you," roughly equivalent to English for "Thanks."

You're welcome!	Walang anuman!
Don't mention it!	Wala iyon!
That's all right.	Okey lang iyon.
Could you...?	Maaari pa ba na...?
Do you know...?	Alam mo ba...?
Do you have...?	Mayrooon ba kayong...?
I'd like...	Nais kong...
Can I?	Maaari ba?
May I...?	Maaari ba akong...?
Can I have that?	Maaari bang kunin ko ito?
How much is this?	Magkano ito?
That's so cheap.	Napakamura niyan.
That's not cheap.	Hindi mura iyan.
That's too expensive.	Napakamahal niyan.

I'm not buying that.

Hindi ko bibilhin iyan.

Make it cheaper and I'll buy it.

Bawasan ninyo ang presyo at kukunin ko.

As in other Asian countries, haggling over prices or asking for a discount is common in the Philippines. In seeking to make a bargain, one would just say *Bawasan po ninyo* "Please reduce the price" without giving the actual reduced price. If you are not satisfied with the reduced price offered by the seller, you can always say *Bawasan pa ninyo* "Reduce it further" until the agreed price is reached. This is customarily done in market places, but not in big shopping malls or supermarkets.

Got a Minute?

One moment, please.	Sandali po lamang.
When?	Kailan?
Till when?	Hanggang kailan?
About when?	Mga kailan?
What time?	Anong oras?
Is that too early?	Napakaaga ba nito?
Is that too late?	Napakahuli ba nito?
What time is it convenient for you?	Anong oras ang maginhawa para sa inyo?
What day is it convenient for you?	Anong araw ang maginhawa para sa inyo?
How about tomorrow?	Bukas kaya?
How about the day after tomorrow?	Sa makalawa kaya?

Today.   Ngayon.

In Filipino, one has to specify the particular time e.g. "morning" *umaga*, "afternoon" *hapon* or "evening" *gabi*, e.g. **Ngayong araw** "This day," **Ngayong umaga** "This morning," **Ngayong hapon** "This afternoon" or **Ngayong gabi** "This evening", "Tonight."

What day is today?	Anong araw ngayon?
Today's Monday.	Lunes ngayon.
Tuesday.	Martes ngayon.
Wednesday.	Miyerkoles ngayon.
Thursday.	Huwebes ngayon.
Friday.	Biyernes ngayon.
Saturday.	Sabado ngayon.
Sunday.	Linggo ngayon.
Yesterday.	Kahapon.

See note above: *Kahapon ng umaga* "Yesterday morning," *Kahapon ng hapon* "Yesterday afternoon" or *Kagabi* "Last night."

The day before yesterday.	Kamakalawa.
How about the 18th?	Sa-ika 18 kaya?
The 1st...	Sa una...
The 2nd...	Sa pangalawa...
The 3rd...	Sa pangatlo...
The 4th...	Sa pang-apat...
The 5th...	Sa panlima...
The 6th...	Sa pang-anim...
The 7th...	Sa pampito...
The 8th...	Sa pangwalo...

The 9th...	Sa pansiyam...
The 10th...	Sa pansampu...
The 11th...	Sa panlabing-isa...
The 12th...	Sa panlabindalawa...
The 13th...	Sa panlabintatlo...
The 14th...	Sa panlabing-apat...
The 15th...	Sa panlabinlima...
The 16th...	Sa panlabing-anim...
The 17th...	Sa panlabimpito...
The 18th...	Sa panlabingwalo...
The 19th...	Sa panlabinsiyam...
The 20th...	Sa ikadalawampu't...
The 21st...	Sa ikadalawampu't isa...
The 22nd...	Sa ikadalawampu't dalawa...
The 23rd...	Sa ikadalawampu't tatlo...
The 24th...	Sa ikadalawampu't apat...
The 25th...	Sa ikadalawampu't lima...
The 26th...	Sa ikadalawampu't anim...
The 27th...	Sa ikadalawampu't pito...
The 28th...	Sa ikadalawampu't walo...

The 29th...	Sa ikadalawampu't siyam...
The 30th...	Sa ikatatlumpu...
The 31st...	Sa ikatatlumpu't isa...
...of January	...ng Enero
...of February	...ng Pebrero
...of March	...ng Marso
...of April	...ng Abril
...of May	...ng Mayo
...of June	...ng Hunyo
...of July	...ng Hulyo
...of August	...ng Agosto
...of September	...ng Setyembre
...of October	...ng Oktubre
...of November	...ng Nobyembre
...of December	...ng Disyembre
Could it be sooner?	Maaaring bang mas maaga?
I'd rather make it later.	Saka ko na gagawin.
One/Two/Three/ Four/Five/Six o'clock.	Ala una/Alas dos/Alas tres/ Alas kuwatro/Alas singko/ Alas sais.*

*With some sprinkling of Spanish words, this is the easiest way to tell time. Add **ng umaga** "a.m." or **ng hapon** "p.m." at the end to be precise.

Half past seven/eight/ nine/ten/eleven.	Kalahating oras makalipas ang ikapito/ikawalo/ikasiyam/ ikasampu/ikalabing-isa.
In the morning.	Sa umaga.*
In the afternoon.	Sa hapon.*

* If one is certain that the time being referred to is on the following day, one can say *Bukas ng umaga* "Tomorrow morning" or *Bukas ng hapon* "Tomorrow afternoon."

In the evening.	Sa gabi.
Midday.	Katanghalian.
Midnight.	Hatinggabi.
Too early.	Napakaaga.
Too late.	Huli na.
On time.	Nasa oras.
Then when can you make it?	Kung gayon, kailan ka maaari?
What time can I come over?	Anong oras ako maaaring pumunta sa inyo?
What time do we leave?	Anong oras tayo aalis?
What time do we arrive?	Anong oras tayo darating?
What time will you be back?	Anong oras ka babalik?
Are you ready?	Handa ka na ba?
When will you do it?	Kailan mo gagawin ito?

When will it be finished?	Kailan mo matatapos?
How long will it take?	Gaano katagal ito matatapos?
It'll be done soon.	Magagawa ito kaagad.
Not now.	Hindi ngayon.
Maybe later.	Siguro sa susunod na.

If one is not certain as to when the action will take place, one can say *Saka na*, meaning the indefinite postponement of the action.

Not yet.	Hindi pa.
Last time.	Noong nakaraan.
Previously.	Noong dati
Next time.	Sa susunod.
I don't know when.	Hindi ko* alam kong kailan.
I don't know yet.	Hindi ko* pa alam.

* It is common to hear people reply *Di ko alam* "I don't know" instead of saying the complete sentence.

I'm not sure.	Hindi ko tiyak.
Sometime.	Sa ibang oras.
Someday.	Sa ibang araw.
Always.	Palagi.
Every day.	Araw-araw.
Never again!	Hindi na mauulit!
Anytime is fine.	Kahit anong oras ay mabuti.

You decide when.   Magpasiya ka kung kailan.

Whenever you like.   Kung kailan mo gusto.

That day is fine.   Mabuti ang araw na iyon.

Okay, let's meet then.   Okey, magkita tayo.

That's a bad day for me.   Hindi mabuting araw ito
                                     para sa akin.

Filipinos would just say *Malas na araw* "Day of misfortune" instead of the longer sentence.

Let's begin.   Tayo nang magsimula.

Let's continue.   Ipagpatuloy natin.

Let's start again.   Simulan natin uli.

Let's do it later.   Saka na natin gawin.

It'll only take a minute.   Ilang sandali lamang ang
                                     kailangan.

Hurry up!   Dalian mo!

Do it later.   Saka mo na gawin iyon.

I'll do it quickly.   Gagawin ko ito ng mabilisan.

I'll finish soon.   Matatapos ko na.

I've finished.   Natapos ko na.

Have you finished?   Natapos mo na ba?

It is common to ask this question by referring to the action in question, for example, "Have you finished studying?" *Natapos mo na ba ang pag-aaral?*, "Have you finished eating?" *Tapos ka na bang kumain?* or "Have you finished talking?" *Tapos ka na bang magsalita?*.

Hey There! 4

Listen!	Makinig ka!
Can you hear something?	May naririnig ka ba?
What's that noise?	Anong ingay iyon?
Listen to what I'm saying!	Makinig ka sa sinasabi ko!
Don't listen to him.	Huwag mo siyang pakinggan.
Don't ask me that.	Huwag mo akong tanungin tungkol diyan.
Can you hear me?	Naririnig mo ba ako?
Did you hear me?	Narinig mo ba ako?
I couldn't hear.	Hindi ko marinig.
I don't want to hear about that.	Ayaw kung marinig iyan.

Filipinos usually would say *Ayaw kong makinig* "I don't want to listen" instead of *Ayaw kung marinig iyan*.

Say something.	Magsalita ka ng kahit ano.
Could I ask you something?	Maaari ba akong magtanong?

What are you talking about?	Ano ang iyong pinagsasasabi?
Don't say such things.	Huwag kang magsalita ng ganoon.
You shouldn't say things like that.	Hindi ka dapat nagsalita ng mga bagay na iyan.
I didn't say anything.	Wala akong sinabi.
Let's talk in Tagalog.	Mag-usap tayo sa Tagalog.
Can you speak Tagalog?	Nagsasalita ba kayo ng Tagalog?
I don't speak any Tagalog.	Hindi ako nagsasalitta ng Tagalog.
I speak a little Tagalog.	Nagsasalita ako ng kaunting Tagalog.
Do you speak English?	Nagsasalita ba kayo ng Ingles?
Is there anyone who speaks English?	May nakapagsasalita ba ng Ingles?
Let's carry on talking.	Magpatuloy tayo ng pag-uusap.
Let's talk about it later.	Saka na natin pag-usapan iyan.
Tell me later.	Saka mo na sabihin sa akin.
I don't feel like talking.	Wala akong ganang magsalita.
I don't want to talk to you.	Ayaw kong makipag-usap sa iyo.

Don't ask me that.	Huwag mo akong tanungin tungkol diyan.
I don't want to talk about it.	Ayaw kong pag-usapan iyan.
Don't make excuses.	Huwag kang magdahilan.
That's not a good excuse.	Hindi magandang dahilan iyan.
Stop complaining!	Tumigil ka sa pagrereklamo!
Do you know what you're saying?	Alam mo ba kung ano ang iyong sinasabi?
Don't talk so loudly.	Huwag kang magsalita ng malakas.
Speak up.	Lakasan mo ang pagsasalita.
Speak more slowly.	Magsalita ka ng mas marahan.

Say it again.	Sabihin mo uli.
	Bigkasin mo uli.*

* It is common to hear people answering with *Ulitin mo nga?* "Say it again?" or *Anong sinabi mo?* "What did you say?" or *Pakiulitin po ninyo?* "I beg your pardon?"

I beg your pardon.	Sandali po lamang.
What?	Ano?
Do you understand?	Naiintindihan mo ba?
I understand.	Naiintindihan ko.
I don't understand.	Hindi ko naintindihan.
Can you understand me?	Naiintindihan mo ba ako?

Sometimes a speaker will just ask you *Nakuha mo ba ako?* "Did you get what I was saying?"

I couldn't understand.	Hindi ko maintindihan.
What did you say?	Ano ang iyong sinabi?
Could you repeat that, please?	Pakiulit po lamang?
What does that mean?	Ano ang ibig sabihin niyan?
Did you say that?	Sinabi mo ba iyan?
I didn't say that.	Hindi ko sinabi iyan.
I didn't say anything.	Hindi ako nagsalita ng anuman.
I didn't tell anyone.	Wala akong pinagsabihan.
I won't tell anyone.	Wala akong pagsasabihan.
Say hello to ___ for me.	Pakikumusta mo ako kay ___.

Look at That!

Look!	Tingnan mo!
Look at this!	Tingnan mo ito!
Look at that!	Tingnan mo iyon!
Take a look.	Tumingin ka.
Don't look!	Huwag kang titingin!
Don't look at this/that.	Huwag mong titingnan ito/ iyon.

Can you see it?	Nakikita mo ba ito?
Did you see it?	Nakita mo ba ito?
I can see it clearly.	Nakikita ko ng maliwanag ito.
I saw it.	Nakita ko ito.
I didn't see it.	Hindi ko nakita ito.

I don't want to see it.	Ayaw kong tingnan ito.
What is there to see?	Ano ang makikita dito?
Have you seen Jeff?	Nakita mo ba si Jeff?
I want to see you soon.	Gusto kitang makita kaagad.
I've been wanting to see you.	Talagang gusto kitang makita.
I saw Paul the other day.	Nakita ko si Paul noong isang araw.
I'm going to see Kim next week.	Makikipagkita ako kay Kim sa isang linggo.
So we meet again!	Magkita na lang tayong muli!
See you later.	Sige, hanggang sa muling pagkikita.
See you soon.	Sige, magkita na lamang tayo.
See you in a little while.	Sige, magkita tayo kaagad.
I'll show you!	Ipakikita ko sa iyo!
I won't show you.	Hindi ko ipakikita sa iyo.

Coming and Going   6

Come here!	Halika dito!
Come over to my place.	Pumunta ka sa amin.
Visit me.	Dalaw ka sa amin.

Literally, this means "Visit me in my house."

I'll come over soon.	Darating na ako diyan.
Come later.	Saka ka na pumunta.
Can you come?	Maaari ka bang pumunta?
Come along with us.	Sumama ka sa amin.
Could you come with me, please?	Maaari ba na sumama kayo sa akin?
He's/She's coming here.	Darating siya* dito.

* *Siya* refers to either "he" or "she."

I'm coming, wait a second.	Sasama ako, sandali lamang.
I'll go soon.	Malapit na akong umalis.
I can go.	Maaari akong umalis.
I think I can go.	Palagay ko makakaalis ako.
I can't go.	Hindi ako maaaring umalis.

I want to go.	Nais kung pumunta.
I want to go to Manila.	Nais kung pumunta ng Maynila.
I really want to go.	Talagang gusto kung pumunta.
I don't want to go.	Ayaw kung pumunta.
I really don't want to go.	Talagang ayaw kung pumunta.
You're going, aren't you?	Pupunta ka, di ba?
You went, didn't you?	Pumunta ka, di ba?

I'm going.	Pupunta ako.
I'm not going.	Hindi ako pupunta.
I went.	Pumunta ako.
I didn't go.	Hindi ako pumunta.
Don't go!	Huwag kang pupunta!
Don't go yet.	Huwag ka munang pumunta.
I have to go.	Kailangang umalis na ako.
I must go now.	Kailangang umalis na ako ngayon.
May I go?	Maaari na ba akong umalis?
Shall we go?	Aalis na ba tayo?
Let's go.	Tayo nang umalis.
Let's leave here.	Umalis tayo rito.
I'm going to leave.	Aalis na ako.
When are you leaving?	Kailan ka aalis?
I'm leaving tomorrow.	Aalis ako bukas.
I'm leaving soon.	Malapit na akong umalis.
I have to be going, someone's waiting for me.	Kailangang umalis na ako, may naghihintay pa sa akin.
She has left here.	Nakaalis na siya.

Stay here.	Tumigil ka dito.
Where are you going?	Saan ka pupunta?
Please go first.	Mauna na po kayo.
Thanks for letting me go first.	Salamat sa pagpayag mong mauna ako.
Go slowly.	Dahan-dahan lamang.
Where does this train go to?	Saan patungo ang tren na ito?
Go straight ahead.	Deretso po lamang.

Eat, Drink, Be Merry! 7

I'm hungry.   Nagugutom ako.

I'm starving.   Gutom na gutom ako.

I'd like to eat something.   Nais kung kumain ng kahit
                                 ano.

Have you eaten?   Kumain ka na ba?

I haven't eaten yet.   Hindi pa ako kumakain.

**Do you want to eat
  something?**   Gusto mo bang kumain?

I don't want to eat.   Ayaw kung kumain.

Instead of this answer, it is acceptable to say *Busog pa ako* "I am still full,"
though both are correct.

I won't eat.   Hindi ako kakain.

Do you want to eat some more?

Gusto mo pang kumain?

Let's go.

Tayo nang umalis.

What would you like

Ano ang gusto mo?

What would you like to eat?

Ano ang sa iyo?

Literally, this means "What is yours?" This is commonly used in conversations where one is asked what food one wants to eat.

I'm thirsty.

Nauuhaw ako.

Do you want to drink something?

Gusto mo bang uminom?

I'd like to drink beer.

Nais kong uminom ng serbesa.

I want some liquor.

Nais ko ng alak.

I don't want to drink.

Ayaw kung uminom.

I won't drink.

Hindi ako iinom.

I haven't drunk yet.

Hindi pa ako uminom.

This tastes too weird.	Ang lasa nito ay napakasama.
I think this has gone bad.	Sa palagay ko masama na ito.
I think this stuff's stale.	Sa palagay ko luma na ito.
Wow, this tastes good!	Wow, ang sarap nito!
Do you want to drink some more?	Gusto mo pa bang uminom?
Thank you, but I still have some.	Salamat, mayroon pa ako.

It is acceptable just to say *Mayroon pa* "I still have drinks."

Come on, drink a little bit more.	Sige na, uminom ka pa nang kaunti.
It's on me.	Ako ang taya.*

Ako ang magbo-blow-out, which has the same meaning, is acceptable.

The next round's on me.	Ang susunod ay sa akin.
Cheers!	Salamat!
How about some dinner?	Gusto mo bang maghapunan?
Have you ordered?	Umorder ka na ba?
Is the meal ready?	Nakahanda na ba ang pagkain?
It's ready.	Nakahanda na.
Enjoy your meal.	Masiyahan kayo sa pagkain.
You too.	Kayo rin!
Will you try this food?	Susubukan mo ba ang pagkaing ito?

That looks delicious.	Mukhang masarap ito.
It's smells good.	Mabuti ang amoy nito.
This is a feast!	Piyesta ito!
Yum! Yum!	Sarap! Sarap!

Do you want more food?	Gusto mo pa ba ng pagkain?
I'd like more food.	Gusto ko pa ng pagkain.
Give me some more.	Bigyan mo pa ako.
Give me a little more.	Bigyan mo pa ako ng kaunti.
Enough?	Tama na?
Enough.	Sobra.
Not enough.	Hindi kasiya.
What's this?	Ano ito?
Taste it.	Tikman mo.
I can't eat that.	Hindi ko maaaring kainin iyan.

What's it called?	Ano ang tawag dito?
Is it spicy?	Maanghang ba ito?

Yuck!	Yak!
It's not good!	Hindi mabuti!
It doesn't taste good.	Hindi mabuti ang lasa.
It's awful.	Terible.
It tastes like shit.	Napakasama ang lasa.
Water, water!	Tubig, tubig.
My mouth's on fire!	Nagliliyab ang aking bibig!
How do you eat this?	Paano mo kakainin ito?
Please bring me a fork.	Bigyan po ninyo ako ng tinidor.
Do you want a knife?	Nais mo ba ng kutsilyo?
Could we have a doggy bag, please?	Maaari po ba na bigyan ninyo ako ng supot?

I Like It! 8

I like this.	Gusto ko ito.
Which do you like best?	Ano po ang mas gusto ninyo?
Don't you like dancing?	Ayaw mo ba ng pagsasayaw?
I like it a lot.	Gustong gusto ko ito.
I enjoyed it very much.	Lubos akong nasiyahan.
I don't like it very much.	Hindi ko masyadong nagustuhan ito.
I don't like it.	Ayaw ko nito.
I hate it.	Hindi ko gusto ito.
I really hate it.	Talagang hindi ko gusto ito.
No, thank you.	Hindi, salamat sa inyo.
I want...(noun)	Gusto ko ng...(pangngalan)
I don't want...	Ayaw ko ng...
I want to...(verb)	Gusto kung...(pandiwa)
I don't want to...	Ayaw kung...
I really don't want it.	Talagang hindi ko gusto ito.

I don't need this.	Hindi ko kailangan ito.
This is no good.	Hindi maganda ito.
This is not what I expected.	Hindi ito ang inaasahan ko.
I'm busy.	Abala ako.
I'm happy.	Natutuwa ako.
I'm pleased to hear that.	Natutuwa akong marinig iyan.
I'm glad to know that.	Nagagalak akong malaman iyan.
I'm sad.	Nalulungkot ako.
I'm fine.	Mabuti ako.
I'm afraid.	Natatakot ako.
I'm getting sick of it.	Hindi ko na nagugustuhan ito.
I'm irritated.	Naiirita ako.

I'm mad at you.	Nayayamot ako sa iyo.
I'm pissed off.	Naiinis ako.

I'm confused.	Nalilito ako.
I'm going crazy.	Mababaliw/Maloloka ako.
I freaked.	Nasira ang ulo ko.
I'm ready.	Nakahanda ako.
I'm tired.	Napapagod ako.
I'm sleepy.	Inaantok ako.
I'm hung over.	Masakit ang ulo ko sa kalasingan.
I'm stoned.	Durog na durog ako.
I'm surprised.	Nagulat ako.
I'm bored.	Naiinip ako.
I'm bored to death.	Yamot na yamot ako.

I'm tired of it.	Hindi ko na gusto ito.
What a drag!	Napakabagal!
How awful!	Napakasama nito!
It's horrible!	Nakakasindak!
That's terrible!	Nakakapanghilakbot iyan!
How disgusting!	Nakakasuklam!
What a pity!	Kawawa naman!
What a relief!	Sa wakas natapos din!

I'm relieved to hear that.	Nakahinga ako nang marinig iyan.
I feel sick.	Magkakasakit ako.
That's sickening.	Nakakasuya iyan.
I'm disappointed.	Hindi ako nasisiyahan.

I'm disappointed in you.	Hindi ako nasisiyahan sa iyo.
I was worried.	Nabahala ako.
Can you do it?	Maaari mo bang gawin ito?
I can do it.	Magagawa ko ito.
I can't do it.	Hindi ko magagawa ito.
I'll do it.	Gagawin ko.
I've got to do it.	Kailangang gawin ko ito.
Sorry.	Pasensiya ka na.
I can't help it.	Wala akong magagawa.
That can't be helped.	Hindi matutulungan iyan.
I understand.	Nauunawaan ko.
I know.	Alam ko.
I know that person.	Kilala ko ang taong iyon.

Kilala ko siya is commonly used in ordinary conversation. Both are correct.

Do you know that?	Alam mo ba iyon?
Oh, you know that.	Oh, alam mo iyon.
Give me time to think it over.	Bigyan mo ako ng panahon upang pag-isipan ito.
I'll think about it.	Pag-iisipan ko ito.
I'll see.	Titingnan ko.

Literally, this means "I'll see about it." This is a common response from Filipinos when they are asked to decide on a certain problem. The idea is not to commit oneself. This is a common Filipino trait.

I made a mistake.	Nagkamali ako.
I blew it.	Ako ang dahilan.
Am I right?	Tama ba ako?
Am I wrong?	Mali ba ako?

Curses and Insults

9

What do you want?	Ano ang gusto mo?
Do you want to say something?	Nais mo bang magsalita?
Don't look at me!	Huwag mo akong tingnan!
What are you staring at?	Ano ang tinitingnan mo?
What did you say?	Ano ang sinabi mo?

Who do you think you're talking to?	Sino sa akala mo ang iyong kausap?

Do you know who I am?	Alam mo ba kung sino ako?
Why do you talk like that?	Bakit ka nagsasalita ng ganyan?
Come here, I'll teach you some manners!	Halika rito, tuturuan kita ng modo!
Don't mess around with me!	Huwag kang makipaglokohan sa akin!
Stop it!	Tigilan mo iyan!
Shut up!	Huwag kang magsalita!
What are you doing?	Ano ang ginagawa mo?
What did you hit me for?	Bakit mo ako pinalo?
Why did you push me?	Bakit mo ako itinulak?
I'm going to kill you!	Papatayin kita! Kakatayin kita!*

* Literally, this means "I slice you." This is said as a warning and having in mind a knife, a machete, or a bolo to inflict injury on an enemy. Many times it is said as a joke.

Are we going to fight or not?	Tayo ba ay maglalaban o hindi?
Let's fight!	Laban na!
Ouch!	Aray!
That hurts!	Masakit iyan!
Don't!	Huwag!
Don't hit me!	Huwag mo akong paluin!

Don't do it again!

Huwag mo nang gagawin uli iyan!

Help!

Tulong!
Ayudahan ninyo ako!*

* *Ayudahan* is derived from Spanish *ayudar* "to help" or "to assist." Many Filipinos, particularly those coming from the Bicol and Visayan regions, use this word.

You're making me laugh!

Pinatatawa mo ako!

You deserve it.

Nararapat sa iyo iyan!

You win.

Nanalo ka.

You're right.

Tama ka.

I was wrong.

Mali ako.

It was my fault.

Kasalanan ko.

Forgive me.

Patawarin mo ako.

Say you're sorry.

Humingi ka ng tawad.

I'm sorry.

Pasensiyahan mo ako.

I forgive you.

Pinapatawad kita.

You're stupid!

Tanga ka!

That's stupid!

Katangahan iyan.

What you did was stupid!

Ang ginawa mo ay katangahan!

You're crazy!

Sira ang ulo mo!

Liar!

Sinungaling!

You've got a big mouth!	Dalahira ka!
Get your head out of your ass!	Gamitin mo ang iyong utak!
You bitch!	Landi!
You bastard!	Anak ka sa labas! Anak ka ng ina mo!*

* Except in intense anger, Filipinos would normally not utter these words. It is common to hear people say *Anak ka ng tatay mo* or *Anak ka ng nanay mo*, which if said in anger has the same meaning as "You bastard!" *Anak ka sa labas!*, but in a less aggressive way. In some cases, Filipinos would say *Tinamaan ka ng magaling* or *Lintik talaga*, which is said when a person is disappointed but is not cursing another.

Shorty!	Pandak!
Fatty!	Mataba!
Four-eyes!	Duling!
Weakling!	Lampa!

You ain't got balls!	Wala kang bayag!
Your tool is small!	Maliit ang ari mo!
You're ugly!	Pangit ka!
You're the lowest!	Ikaw ang pinakamababa!
Don't be so cocky!	Huwag kang ismarte!
You're a tightwad!	Kuripot ka!
Go to hell!	Masunog ka sa impiyerno!

Fuck you!	Hindot mo!*
	Kantot!**

* This is a literal equivalent, and is used as an insult similar to "Your mother is a prostitute" *Putang ina mo.*

** This refers to the sexual act and is also used in intense anger with or without the implied threat of rape or sexual assault on a woman.

Take your hands off me!	Alisin mo ang kamay mo sa akin!
Don't touch me!	Huwag mo akong hawakan!
I think you're trying to trick me!	Sa palagay ko'y ginuguyo mo ako!
This can't be so expensive!	Hindi ito napakamahal!
This is different from what I've heard!	Iba ito sa aking nalalaman!
If you think I don't know anything, you're wrong!	Kung sa akala mo ay hindi ko alam, nagkakamali ka!
Don't think I'm stupid!	Sa palagay mo ba tunggak ako!
Explain to me why!	Ipaliwanag mo sa akin kung bakit!
Think about it!	Pag-isipan mo ito!
Don't you think you're wrong?	Naisip mo ba na mali ka?

I want to talk to the manager!

Nais kong kausapin ang manedyer!

I'll never come here again!

Hindi na ako babalik dito kailanman!

I'll tell all my friends!

Sasabihin ko sa lahat ng aking kaibigan!

Tell me your name!

Sabihin mo sa akin ang iyong pangalan!

You'd better remember what you tried to do!

Kailangang tandaan mo ang nais mong gawin!

Party Talk **10**

Do you come here often? Palagi ka ba rito?

Have I seen you before? Nakita na ba kita?
Nagkita na ba tayo?*

*This is commonly used because it is polite.

Are you having a good time? Nasisiyahan ka ba?

You look like you're having a good time. Mukhang nasisiyahan ka.

Yes, I'm having fun. Oo, nasisiyahan ako.

We're having a good time, aren't we? Nasisiyahan tayo, di ba!

This place is fun. Masaya ang lugar na ito.

Can I join you? Maaari ba akong sumali sa inyo?*

Shall we drink together? Mag-iinuman ba tayo?

Can I buy you a drink? Maaari bang ikuha** kita ng inumin?

* *Maaari* "May I?" or "Can I?" can always be replaced by *Puwede* for a less informal tone.

** Filipinos normally say *Ikukuha kita ng inumin* "I'll get you a drink" instead of *Ibibili kita ng inumin* "I'll buy you a drink." The use of the word *bibili* "to buy" is more appropriate when one is getting a drink for children.

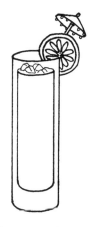

What would you like to drink?	Ano ang gusto ninyong inumin?
Would you like a cigarette/cigar?	Gusto ninyo ba ng sigarilyo/tabako?
Do you have a light?	May pansindi ba kayo?
Can I sit here?	Maaari ba akong maupo rito?
Has someone reserved this seat?	Nakareserba ba ang upuang ito?
Is someone sitting here?	May nakaupo ba rito?
Someone's sitting here.	May nakaupo rito.
Do you want to sit down?	Gusto mo bang maupo?
May I sit down?	Maaari ba akong maupo?
Please sit down.	Maupo kayo.
Scoot over.	Umalis ka kaagad.

What's your name?	Ano ang pangalan mo?
My name's...	Ang pangalan ko ay...
Guess what it is!	Hulaan mo kung ano ito?
Hi, pleased to meet you.	Nagagalak akong makilala ka.
Are you here alone?	Nag-iisa ka ba rito?
Yes, I'm here alone.	Oo, nag-iisa ako rito.
No, I'm here with my friends/partner.	Hindi, kasama ko ang aking mga kaibigan/kasintahan.
Did you two come here together?	Magkasama ba kayong dumating dito?
Where do you live?	Saan ka nakatira?
Where do you come from?	Saan ka nanggaling?* Tagasaan ka?**

* This is commonly used when one is asking about the town or region a person comes from (e.g. from Mindanao or Manila).
** This is normally used when one is asking about the country where a person was born.

What city do you live in?	Saang lungsod ka nakatira?
Have you been here long?	Matagal ka na ba rito?
A few days.	Ilang araw lamang.
How long are you staying here?	Gaano ka katagal dito?
We're probably leaving tomorrow.	Marahil kami ay aalis bukas.

Where are you staying?	Saan ka nakatira?
I'm staying in a hotel.	Nakatira ako sa otel.
I'm staying with friends.	Nakikitira ako sa aking mga kaibigan.
How long have you been in the Philippines?	Ilang taon ka na sa Pilipinas?
Do you like Filipinos?	Gusto mo ba ang mga Pilipino?
How old are you?	Ilang taon ka na?

Asking a person their age is generally okay to Filipinos, but it is considered impolite to ask an unmarried woman, particularly if she looks mature or past the age of 25. It is particularly delicate to ask a woman about her age when she appears to be over 30.

I'm...(years old)	Ako ay...(taong gulang)
Are you a student?	Estudyante ka ba?
Your English is good.	Mahusay ang Ingles mo.
What's your job?	Ano ang trabaho mo?
That's an interesting job.	Magaling na trabaho iyan.
Do you like your job?	Nagugustuhan mo ba ang iyong trabaho?
Most of the time.	Madalas.
Where do you work?	Saan ka nagtatrabaho?
Are you married?	May-asawa ka ba?
Are you engaged?	Ikakasal ka na ba?

Do you have a steady boyfriend/girlfriend?

May kasintahan ka ba?

I'm single.

Dalaga/binata ako.*

* A *dalaga* is a bachelorette; a *binata* is a bachelor.

I'm married.

May-asawa ako.

I'm separated.

Hiwalay ako.

I'm divorced.

Diborsiyado ako.

I live alone.

Ako ay namumuhay na mag-isa.

I live with someone.

May kinakasama ako.

That's none of your business.

Wala ka na roon.

How do you spend your time?

Paano mo ginugugol ang iyong panahon?

I enjoy listening to music.

Nasisiyahan ako sa pakikinig ng musika.

I like the cinema.

Gusto ko ang sine.

What kinds of hobbies do you have?

Ano ang iyong mga libangan?

What music do you like?

Anong musika ang gusto mo?

Do you know this song?

Alam mo ba ang awiting ito?

I know it.

Alam ko.

I don't know it.

Hindi ko alam ito.

This is the first time I'm hearing it.	Ngayon ko lamang napakinggan ito.
Shall we dance?	Puwede ba tayong magsayaw?
I can't dance.	Hindi ako marunong sumayaw.
Are you in the mood?	Palagay ba ang iyong loob?
Not really.	Hindi talaga.
I don't feel like dancing yet.	Ayaw ko munang magsayaw.
You're a good dancer.	Mahusay kang magsayaw.
How do you know of this place?	Paano mo nalaman ang lugar na ito?
I heard from my friends.	Narinig ko sa aking mga kaibigan.
Where else do you go to dance?	Saan ka pa pumupunta para magsayaw?

Let's party!	Tayo nang magparti!
Let's get drunk!	Tayo nang magpakalasing!
What are you drinking?	Ano ang iniinom mo?
Have you been drinking a lot?	Kanina ka pa ba umiinom?
Well, drink some more!	Kung ganoon, inom pa!
You need to drink more.	Kailangang uminom ka pa.
You're a strong drinker.	Malakas kang uminom.
Are you drunk?	Lasing ka na ba?
Haven't you drunk too much?	Marami ka na bang nainom?
Maybe you should stop drinking.	Siguro tumigil ka na sa pag-inom.
Are you okay?	Okey ka pa ba?
What time did you come here?	Anong oras ka dumating dito?
What time do you have to be home?	Anong oras ka dapat nasa bahay na?
What time are you leaving?	Anong oras kang aalis?
It depends.	Depende.
If I have a good time, I'll stay.	Kung masiyahan ako, magtatagal pa ako.

If this gets boring, I'll go home.	Kung nakakainis na, uuwi na ako.
I'll help you to have a good time.	Sasamahan kitang magsaya.
What's next?	Ano ang susunod?
Shall we leave?	Aalis na ba tayo?
Shall we go somewhere else?	Pupunta ba tayo sa ibang lugar?
Shall we go for a walk?	Maaari bang maglakad-lakad tayo?
Shall we go for a drive?	Maaari bang umikot-ikot lang tayo sa kotse?
Yes, all right.	Oo, tayo na.
No, thank you.	Hindi, salamat sa iyo.
I don't feel like it.	Wala akong gana.
Can my friends come?	Maaari bang sumama ang aking mga kaibiagan?
Where shall we go?	Saan tayo pupunta?
What shall we do?	Ano ang ating gagawin?
It's up to you.	Ikaw ang bahala.
Anywhere's okay?	Kahit saan okey ba?
I'd like to stay here longer.	Nais ko pang matagal pa dito.

Don't go yet!	Huwag ka munang umalis!
Go later!	Saka ka na umalis!
I'll take you home.	Ihahatid kita sa inyo.
Do you want to come to my place?	Nais mo bang pumunta sa tirahan ko?

If the person being asked is a male or a close female friend, this is normal, but if one is asking a female acquaintance, the person asking should be very careful and must explain the purpose of the invitation, otherwise it might be interpreted as an invitation to sex. Actually, it would depend on how liberated or modern the woman is so as to determine whether or not asking this question would cause offence.

I'm not sure.	Hindi ko tiyak.
Just for coffee.	Magkakape lamang tayo.
Yes, let's go.	Oo, tayo na.
Goodbye.	Adiyos.
Goodnight.	Magandang gabi sa iyo.
Sweet dreams.	Matulog ka nang mahimbing.

Getting Serious 11

I want to know more about you.	Nais kong makilala kita.
I want to know all about you.	Nais kong makilala kita nang lubusan.
I'll tell you.	Sasabihin ko sa iyo.
Shall we meet again?	Magkikita pa ba tayo?
Are you doing anything tonight?	May gagawin ka ba ngayong gabi?
Are you free over the weekend?	Libre ka ba sa Sabado at Linggo?
Would you like to go out with me?	Gusto mo bang lumabas na kasama ako?
I already have a boyfriend/ girlfriend.	May kasintahan na ako.
When can I see you next time?	Kailan kita makikitang muli?
Do you have any plans for tonight?	May plano ka ba ngayong gabi?
I already have a date.	Mayroon na akong ka-deyt.
What's the plan, then?	Ano ang balak mo?

Where shall we meet?	Saan tayo magkikita?
May I call you?	Maaari bang tawagan kita?

May I have your phone number?	Maaari bang ibigay mo sa akin ang numero ng iyong telepono?
Here's my phone number.	Ito ang numero ng aking telepono.
Do you have something to write with?	Mayroon ka bang pansulat?
Will you call me?	Tatawagan mo ba ako?
You look great!	Napakaganda mo!
You're a good dancer.	Napagaling mong mananayaw.
You're very nice.	Napakabait mo.
I enjoyed myself.	Nasiyahan ako.
It was fun.	Napakasaya noon.
I like being with you.	Gusto ko na laging kasama ka.

Take care.	Alagaan mo ang iyong sarili.
See you later.	Hanggang sa muli.
See you tomorrow.	Sige, magkita tayo bukas.
Hello.	Halo.
Is Mary at home?	Nasa bahay ba si Mary?

Customarily, the caller can ask "May I talk to Mary?" *Maaari bang makausap si Mary?*

Hold on please.	Sandali po lamang.
Mary, telephone!	Mary, may telepono ka!
Mary is out.	Si Mary ay lumabas.
Please tell her I called.	Pakisabi na lamang na tumawag ako.
This is Robert.	Ito si Robert.
Are you doing okay?	Okey ka ba?
What have you been doing?	Ano ang iyong ginagawa?
I've missed you.	Nasasabik ako sa iyo.
I dreamed about you.	Napapanaginipan kita.
I've been thinking of you.	Lagi kang nasa aking isipan.
I think about you all day.	Nasa-isip kita buong araw.
I want to see you.	Gusto kitang makita.
Shall we meet now?	Magkikita ba tayo ngayon?

Will you pick me up?	Susunduin mo ba ako?
Shall I pick you up?	Susunduin ba kita?
I can't go out now.	Hindi ako makakalabas ngayon.
I have to be home by...	Kailangang makauwi ako ng bahay ng...
I'll call you again.	Tatawagan kitang muli.
I'll call you tomorrow at six o'clock.	Tatawagan kita ng alas-sais.
Please be in.	Huwag kang lalabas.
I'll write you a letter.	Susulatan kita.
Will you write me a letter?	Susulatan mo ba ako?
I'll call you from America.	Tatawagan kita mula sa Amerika.
I'll call you when I return.	Tatawagan kita pagbabalik ko.
When will you be back?	Kailan ka babalik?
I'll be back soon.	Babalik ako kaagad.
Do you have to go?	Kailangan ka bang umalis?
Please don't go!	Huwag kang umalis!
Stay here with me!	Dito ka na lamang sa piling ko!
Please understand.	Unawain mo sana.

I have to go because it's my job.	Kailangang umalis ako dahil trabaho ko ito.
Take care of your health.	Alagaan mo ang iyong kalusugan.
Please wait for my return.	Hintayin mo ang aking pagbabalik.
I'll be waiting for you.	Maghihintay ako sa iyo.
Don't cry.	Huwag kang umiyak.
Wipe your tears.	Pahirin mo ang iyong luha.
I can't stand it!	Hindi ko na matiis ito!
It's difficult for me too.	Napakahirap din ito para sa akin.

Lovers' Language 12

I love you.	Mahal kita.
I love you, too.	Mahal din kita
I'm in love with you.	Umiibig ako sa iyo.
I'm in love with you, too.	Umiibig din ako sa iyo.
I'm fond of you.	Kinagigiliwan kita.
I don't feel as strongly about you.	Wala akong matinding nararamdaman para sa iyo.
I'm crazy about you!	Nababaliw ako sa iyo.
I'm yours.	Ako ay sa iyo.
You're mine.	Ikaw ay para sa akin.

You're beautiful.	Maganda ka.
You look handsome.	Guwapo ka. Magandang lalaki ka.*

* Normally a male is not regarded as *maganda* "beautiful." If you wish to use the word, it should be combined with the word *lalaki*. To Filipino males, *maganda* is feminine and being in a macho country, a male would not relish the idea of being called "beautiful."

You're attractive.	Nakakahalina ka.
You have such a sweet smile.	Napakatamis ng iyong ngiti.

You're sexy!	Seksi ka!
You have beautiful eyes/ lips/hands/teeth/legs/ breasts.	Maganda ang iyong mata/labi/ kamay/ngipin/binti/dibdib.
Your face/nose/neck is lovely.	Maganda ang iyong mukha/ ilong/leeg.
You have a beautiful body.	Maganda ang iyong katawan.
You smell sweet.	Napakabango mo.
May I kiss you?	Maaari bang halikan kita?
Kiss me.	Halikan mo ako.

Where?	Saan?

If a woman and a man are already lovers, this question is not normally asked. But if a man is still courting a Filipina, he is bound to hear this question.

I want to hold your hand.	Nais kung hawakan ang iyong mga kamay.
Look into my eyes.	Tumingin ka sa aking mga mata.
Come closer to me!	Lumapit ka pa sa akin!
Hug me.	Yakapin mo ako.
Take off your shoes/ socks/clothes.	Alisin mo ang iyong sapatos/ medias/damit.
Take off your bra/ panties/underwear.	Alisin mo ang iyong bra/ panti/damit panloob.
I'm not ready for that.	Hindi pa ako handa para diyan.
I don't want to rush into it.	Hindi ko gustong magmadali.
I'm cold!	Nilalamig ako.
Make me warm!	Painitin mo ako!
That tickles!	Nakakakiliti iyan!
I want to see your...	Nais kong makita ang iyong...
I want to kiss your...	Nais kong hagkan ang iyong...
I want to suck your...	Nais kung tsupain* ang iyong... Nais kung supsupin ang iyong...

*The word **tsupa(in)** is from the Spanish **chupar** "to suck." It is used more in reference to the male sex organ as in "I'll suck your dick" **Tsutsupain ko ang titi mo.**

knees   tuhod

toes   daliri ng paa

thing   ari
This is used in conjunction with the gender reference to indicate the appropriate sex organ, as in **ari ng lalaki** "penis" or **ari ng babae** "vagina."

breasts   suso

nipples   utong

pussy   puki
As in other languages, there are a variety of names to refer to the female sex organ, such as **kepyas, kiki, ari ng babae, pekpek, monay, quepay, quekiam, pukengkay, kengkeng, kingking, bilat** and **puday.**

butt   tumbong

dick   titi
As in other languages, there are a variety of names to referring to the male sex organ, such as **uten, batuta, yagbols,** and **ari ng lalaki.** "He has a big dick" is **Malaki ang kaniyang titi** or **Dako ang kaniyang titi.** "He has a small dick" is **Diutay ang kaniyang titi.**

balls   bayag
It is common to hear someone say **Walang bayag** or **Walang itlog.** The phrases do not literally mean "He has no balls" **Wala siyang bayag.** Rather, they are idiomatic expressions which mean that the person is a coward.

Do you want to have sex?   Gusto mo bang magseks?

Will you spend the night with me?   Samahan mo ba ako ngayong gabi sa pagtulog?

I'd like to go to bed with you.   Nais kong tabihan ka.

I'm embarrassed.	Nahihiya ako.
Don't be shy.	Huwag kang mahiya.
Close your eyes.	Ipikit mo ang iyong mga mata.
Turn off the light.	Patayin mo ang ilaw.
Will you look at the other way for a second?	Maaari bang tumingin ka sandali sa ibang dako?
Is this your first time?	Ito ba ang iyong una?
Tell me the truth.	Sabihin mo sa akin ang totoo.
I am still a virgin.	Birhen pa ako.

A woman who has no experience in sex is commonly called *dalaga* or *donselya*.

I'm frightened.	Natatakot ako.
Don't worry.	Huwag kang mag-aalala.
It's going to be okay.	Walang mangyayaring masama, okey lang.
I'll be careful.	Mag-iingat ako.
Treat me gently.	Marahan ka lamang sa akin.
I'm afraid I'll get pregnant.	Natatakot akong magbuntis.
I don't want to have a baby.	Ayaw kong magkaanak.
We have to be careful about AIDS.	Kailangang mag-ingat tayo tungkol sa AIDS.

We shouldn't take any risks.	Hindi tayo dapat sumuong sa panganib.
Will you use protection?	Gagamit ka ba ng proteksiyon?
Only if we use a condom.	Kung gagamit lamang tayo ng kondom.
I don't like to wear a condom.	Ayaw kong gumamit ng kondom.
If you don't wear a condom, I won't do it.	Kung hindi ka gagamit ng kondom, ayaw kong gawin ito.
Do you have a condom?	Mayroon ka bang kondom?
No? Then the answer's no.	Wala? Kung gayon ang sagot ay hindi.
Are you on the pill?	Ikaw ba ay umiinom ng pilduras?
Is today safe for you?	Ligtas ka ba ngayong araw?

I want you.	Gusto kita.
It's been a long time.	Napakatagal nang panahon.
How do you want me to do it?	Ano ang gusto mong gawin ko?
I feel so good.	Tunay akong nasisiyahan.
Touch me.	Hawakan mo ako.
Bite me.	Kagatin mo ako.
Love me more.	Mahalin mo pa ako.
More and more.	Mas marami pa.
Do the same thing again.	Gawin mo uli ito.
Stronger.	Mas malakas.
Softer.	Mahinay lamang.
Faster.	Mabilis.
Slower!	Mahina.
Deeper.	Mas malalim.
I'm coming.	Lalabasan na ako.
Wait, wait!	Sandali, sandali!
Did you like that?	Gusto mo niyan?
Did you come?	Nilabasan ka ba?
I came.	Nilabasan ako.

That was good.	Napakahusay noon.
That was wonderful.	Napakagaling noon.
I don't want to leave you.	Ayaw kong iwan ka.
I want to stay with you forever.	Nais kong kasama ka sa habang panahon.
One more time?	Isa pa nga?

The Other Side

Will you marry me?

Pakakasalan mo ba ako?

Let's get married.

Tayo nang magpakasal.

I want to be your wife/ husband.

Nais kung maging asawa mo.

In Tagalog the words "wife" and "husband" are translated as *asawang babae* and *asawang lalaki* respectively.

Will you come to America/Australia/ Europe with me?

Sasama ka ba sa akin sa Amerika/Australya/Europa?

I want to stay in the Philippines.

Nais kung manatili sa Pilipinas.

I don't want to get married yet.

Ayaw ko munang mag-asawa.

I don't want to get engaged yet.

Ayaw ko munang makipagnobyo.

I don't want to think about marriage yet.

Ayaw ko munang isipin ang tungkol sa pag-aasawa.

I'm too young.

Napakabata ko pa.

It's not time for me to get serious.

Hindi pa oras para maging seryoso ako.

I love you but I can't marry you.

Mahal kita pero hindi kita maaaring pakasalan.

I'm already married.

Ako ay kasal na.

I need time to myself.

Kailangan ko ng panahon para sa aking sarili.

I need time to think.

Kailangan ko ng panahon upang mag-isip.

This is so sudden.

Biglaan naman ito.

We must think about this.

Kailangang pag-isipan natin ito.

You don't love me anymore, do you?	Hindi mo na ba ako mahal ngayon?
Do you have another girlfriend/boyfriend?	Mayroon ka bang ibang kasintahan?
Please tell me, I want to know.	Sabihin mo sa akin, nais kong malaman.
Let's not see each other again.	Huwag na tayong magkitang muli.
I can't see you anymore.	Hindi na ako maaaring makipagkita sa iyo.
I don't want to see you anymore.	Ayaw na kitang makita.
I have another girlfriend/ boyfriend.	Mayroon akong ibang kasintahan.
I like you, but I don't love you anymore.	Gusto kita, pero hindi na kita mahal.
I'm not interested in you anymore.	Hindi na ako interesado sa iyo.

Being with you is no fun.   Hindi ako masayang kasama
kita.

You're boring!   Nakakainis ka!

I hate you!   Galit ako sa iyo!

I'm not good for you.   Hindi ako nararapat para sa
iyo.

Forget about me.   Kalimutan mo na ako.

I'm sorry it didn't   Pasensiyahan mo hindi
work out.   umubra.

It's over.   Tapos na.

I won't call you anymore.   Hindi na kita tatawagan pa.

Don't call me again.   Huwag mo na akong
tatawagan.

I'm going to change my   Magpapalit ako ng numero ng
phone number.   telepono.

Don't be persistent!   Huwag kang magpumilit!

Stop bothering me!	Huwag mo na akong gambalain!
Get lost!	Umalis ka na!
I'm sorry I haven't been a good girlfriend/ boyfriend.	Pasensiyahan mo, hindi ako naging mabuting kasintahan.
It's my fault.	Kasalanan ko.
Can't we start again?	Hindi ba tayo maaaring magsimula uli?
Forget it.	Kalimutan mo na iyon!
I'm serious about you.	Seryoso ako tungkol sa iyo.
I can't live without you.	Hindi ako mabubuhay na wala ka.
Please understand my feelings.	Unawain mo sana ang aking damdamin.
I'll miss you.	Mamimis kita.
I'll never forget you.	Hindi kita makakalimutan.
Thanks for the beautiful memories.	Salamat sa mga magandang alaala.
I'm so happy to have known you.	Nagagalak ako na nakilala kita.
Remember me sometimes.	Alalahanin mo ako paminsanminsan.
Can we still be friends?	Maaari pa ba tayong maging magkaibigan?

Be happy with her/him.   Lumigaya ka sana sa piling
                              niya.

I'll always think of you.   Lagi kitang isasaisip.

I'll always love you.   Lagi kitang mamahalin.